எங்கிருந்தோ வந்தவை

ஜி. பி. பிரபாத்

க்ரியா

eṅkiruntō vantavai a collection of poems in Tamil
by ***G. B. Prabhat***

© G. B. Prabhat

First Edition: October 2020

Published by:
Cre-A:
New No. 2 Old No. 25
17th East Street
Thiruvanmiyur
Chennai - 600 041
crea@crea.in
www.crea.in

Printed at:
Sudarsan Graphics Pvt. Ltd.,
Chennai - 600 041

ISBN: 978-93-82394-46-4

Price: Rs. 180

கவிதையும் நானும் 5

பகுதி 1 – விசாரணை

பிறப்பிறப்பு	11
யாசகம்	12
பராக்குப் பார்ப்பதும் பரம்பொருளும்	14
மறை	15
ரகசியம்	16
ஆத்திசூடி	17
என்னைக் காண வந்த கடவுள்	18
பழம்	19
ரிஷி	22
பாம்பு	23
நண்பன்	25
மலையேறி	26
பரிமாற்றம்	27
நான் காண வேண்டுமே	28
மறந்த கேள்விகள்	29
தனித்துவம்	30
கைமாறு	31
பதிவேடு	32
முதியவர்	33
கடையும் இடையும்	34
இயந்திரம்	36
குருவி	37
எல்லாம்	38
எங்காவது தென்படும், என்றாவது புலப்படும்	39
ஓரங்க ஒத்திகை	41
விதி மீறும் பட்டாளம்	43
உணராமல் உணர், புணராமல் புணர்	44

பகுதி 2 – இந்நாள்

ஒன்றாக இருங்கள்	49
அடிமைகள்	50
காவல் தெய்வம்	52
சங்கதி	53
பங்குச்சந்தை மன்னன்	54
காணாமல்போன உலகம்	55
நான்	56

பகுதி 3 – கதம்பம்

நாடோடிப் பாடகன்	59
ஆசானே அறிவி	60
உத்தமம்	61
ஒரு திசைப் பயணம்	63
மீட்டுக் கொடு	64
மண் ஆறிய சாலை	66
நஞ்சின் உறைவிடம்	67
மயக்கம்	68
ஆசிரியன் அங்கலாய்க்கிறான்	69
நான் போட்ட பாதை	70
புகைப்படம் தயாரிப்பது எப்படி	71
விருந்தாளி	72
சாம்பலடி நெருப்பு	73
பொது அங்கீகாரம்	74
தீக்கோழி	75
முதுகு	76
அரண்மனைக் காவல்	77
பட்சி	78
நாணயஸ்தன்	79
அந்நியன்	80
பெரியவன்	81
உயர்வாழ்வு	82
பாதியல்லாப் பாதி	83
குறிப்புகள்	85

கவிதையும் நானும்

என்னுடைய தமிழ் வளத்தால் இந்தக் கவிதைகளின் வரிகளும் வார்த்தைகளும் சாத்தியப்பட்டிருக்குமா என்பது சந்தேகமே; கவிதைகளின் கருத்துகள் ஓரளவுக்குச் சாத்தியப் பட்டிருக்கலாம். மின்னல் வெட்டுபோல் என் உறக்கத்தைக் கவிதைகள் கலைத்தபோதும், சற்றும் எதிர்பாராத நேரத்தில் அறிக்கை இன்றி உந்துதல்கள் வந்தபோதும் பேனாவைக் கை பற்றியபோது அது தானே எழுதிய இந்தக் கவிதைகள் **எங்கிருந்தோ வந்தவை.**

ஒவ்வொரு கவிதையும் முழுக் கவிதையாகவே என் மனதில் தோன்றியது. இப்போது ஒரு வரியும், அப்போது ஒரு வரியு மாக எந்தக் கவிதையையும் எழுதவில்லை. இதைப் பற்றித் தான் எழுத வேண்டும் என்று நிதானமாகச் சிந்தித்துத் தேர்ந் தெடுக்கப்பட்டவை அல்ல இந்தக் கவிதைகளின் கருத்துகள். ஒரு மாதத்தில் நான்கு கவிதைகள் தோன்றியும், ஆறு மாதங் களுக்கு இரண்டு கவிதைகளுக்கு மேல் தோன்றாமலும் இருந் திருக்கிறது. ஒரு கவிதை தோன்றியபோது அதை முழுமை யாக எழுதுவதற்குச் சில நிமிடங்களே பிடித்தது. எழுதி முடித்துப் பல நாட்களான பிறகு அவ்வப்போது கவிதை களுக்கு லேசாக மெருகேற்றினேன்.

என் பதிப்பாளர், ராமகிருஷ்ணன், கூறுகிறார்: "ஒருவருடைய மொழி அறிவு என்பது ஒரு பனியாறு. அதை உருக விட்டால் எப்போது அதிலிருந்து எந்த வார்த்தை வரும், என்ன வாக்கியம் வரும் என்று சொல்லவே முடியாது. நீங்கள் பல காலமாகப் படித்த தமிழ் இலக்கியத்தின் பாதிப்பு திடீரென்று உங்களைத் தாக்கும்."

பதினெட்டாம் நூற்றாண்டில் இங்கிலாந்தில் வாழ்ந்த பெரும் கவிஞர், அலெக்சாண்டர் போப்பின் கவிதை வரி, "நான் மழலையில் கவிதை மொழிந்தேன், ஏனென்றால் கவிதை என்னை நாடி வந்தது" ஞாபகத்திற்கு வந்து சற்றே ஆறுதல் அளிக்கிறது.

இந்தக் கவிதைத் தொகுப்பை நான் எழுதுவதற்கு ஏதோ ஒரு வகையில் காரணமாக இருந்தவர்கள் இரண்டு பேர்.

முதலாமவர், காலம்சென்ற என் தந்தை, ஜி. எஸ். பாலகிருஷ்ணன்; வளம்மிக்க தமிழ்ப் படைப்பாளி. 500க்கும் மேற்பட்ட சிறுகதைகளும், பல கவிதைகளும், நாடகங்களும் எழுதியவர். இத்தனைக்கும் ஆங்கிலப் பேராசிரியராகப் பணியாற்றிய அவர், சுயமாகத் தமிழ் கற்றுக்கொண்டவர். நானோ பள்ளி இறுதிவரை முறையாகத் தமிழ் கற்றவன். ஆங்கிலத்தில் மட்டுமே எழுதி, தமிழில் நான் எழுதாததற்கு ஏதோ நொண்டிச் சாக்குச் சொல்கிறேன் என்ற உணர்வை எனக்குத் தந்தவர். நெடுநாட்களாக மனதை உறுத்திக்கொண்டிருந்த இந்தக் குற்ற உணர்ச்சியைப் பொருட்படுத்தாமல் விட்டிருந்தேன்.

இரண்டாமவர், பிரபல எழுத்தாளர், 'சுஜாதா' ரங்கராஜன். எனது ஆங்கில நாவல்களை நேரிலும், ஆனந்த விகடனிலும் பெரிதும் பாராட்டிய அவர், என்னிடம், "தமிழிலும் எழுதலாமே," என்று மென்மையாக அங்கலாய்த்தபோது என் தமிழ்த் திறனைப் பற்றி அவரிடம் நான் சந்தேகப்பட்டேன்.

அதற்கு அவர், "எழுதுங்க, தானா வரும். எழுத்தாளனுக்கு மொழி ஒரு கருவிதான். சிந்தனைதான் முதல்," என்றார். எனக்கு வாய்த்த அப்பாவைப் போல் ஒருவரை வைத்துக் கொண்டு எனக்கு இந்த உண்மை தெரிந்திருக்க வேண்டும்.

இங்கொன்றும் அங்கொன்றுமாகப் பிரசுரமான என் தமிழ்ச் சிறுகதைகள் தைரியம் கொடுக்க, ஒரு புது வேட்கை பிறந்தது. (இந்த வேட்கைபற்றி எனது 'சாம்பலடி நெருப்பு' என்னும் கவிதையை (பக். 71) காண்க.) அந்த வேட்கையுடன் கிட்டத் தட்ட பத்து வருடங்களாக நான் எழுதிய கவிதைகளின் தொகுப்பை மூன்றாகப் பிரித்திருக்கிறேன்.

பிரபஞ்சத்தைப் பார்த்து வியக்கும் எல்லோர் மனதிலும் அதன் அறுதி உண்மை (Ultimate Reality) என்ன என்ற கேள்வியும், நாம் யார், வாழ்வின் பொருள் என்ன, போன்ற விசாரணைகளும் எழத்தான் செய்யும். என் கேள்விகளும், முழுமையற்ற கணிப்புகளும் கலந்த கவிதைகளை 'விசாரணை' என்ற முதல் பகுதியில் காணலாம். தமிழ்க் கவிதையுலகம் ஒரு அழகிய தீவு. அந்தத் தீவுக்கும் மேற்கத்தியத் தத்துவத்துக்கும் அறிவியல் சிந்தனைக்கும் இந்தப் பகுதியிலிருக்கும் சில கவிதைகளால் ஒரு பாலம் அமைக்க முயன்றிருக்கிறேன்.

இரண்டாம் பகுதி, 'இந்நாள்'. தற்காலம்பற்றிக் குதூகலங்களைவிட எனக்குக் கவலைகள் அதிகம் என்பதை இந்தப் பகுதியிலிருக்கும் கவிதைகளிலிருந்து நீங்கள் யூகம் செய்தீர்களேயானால் அந்த யூகம் சரியே.

'கதம்பம்' இத்தொகுப்பின் மூன்றாம் பகுதி. எந்தக் கவிதையையும் நான் தமிழறிஞன் என்ற நிலையிலிருந்து எழுதவில்லை. ஒரு நாடோடிப் பாடகனாகத்தான் எழுதியிருக்கிறேன். இந்தப் பகுதியில், 'நாடோடிப் பாடகன்' (பக். 57) என்னும் கவிதை இந்தக் கருத்தைப் பிரதிபலிக்கிறது.

மேலும், இப்பகுதியில் ஒன்றோடொன்று தொடர்பு இல்லாத பல்வேறு தலைப்புகளில் கவிதைகளைக் காணலாம்.

நச்சினார்க்கினியர் உரை எழுதவில்லை என்றால் நமக்குப் பத்துப்பாட்டு விளங்கியே இருக்காது என்பது அறிஞர்கள் கருத்து. என்னதான் திருக்குறள் எளிமை என்றாலும், பரிமேலழகர் உரை இல்லாவிட்டால் ஆங்காங்கே உதைத்திருக்கும். ஷேக்ஸ்பியரின் மகத்துவமும், மில்டனின் கவித்துவமும் புரிவதற்கு நமக்கு ஒன்றல்ல, பல உரைகள் தேவைப்படுகின்றன. பொழிப்புரை இல்லாமல் செய்யுள் பாடம் நடத்த முடியாது. மாணவர்களுக்கு ஆங்கிலக் கவிதை கற்றுக்கொடுப்பதைத் தொழிலாகக் கொண்டிருந்த என் அப்பா அடிக்கடி கூறுவார், "விளக்கிய கவிதை, விளங்கிய கவிதை" ("Poetry explained is poetry understood"). கவிஞனின் மனதைக் கண்டறிவது அவ்வளவு சுலபமல்ல என்றும் கூறுவார். இந்த உண்மைகளை மீறி எனக்கு என் தந்தையின் கருத்துடன் முழு உடன்பாடு கிடையாது. இதற்கு மாற்றுக் கருத்து என்னவென்றால் வாசகன், தன் நுகரும் திறமையால், கவிஞன் நினைத்திருக்காத பல கருத்துகளை உள்வாங்குகிறான்; வரையறுக்கப்பட்ட பொழிப்புரை அவனிடமிருந்து இந்தச் சுதந்திரத்தையும், இன்பத்தையும் பறித்துவிடுகிறது. இந்தக் கருத்தும் உண்மைதான்.

எதிர்மறையான இந்த இரண்டு கருத்துகளையும் மதித்து, விளக்காவிட்டாலும் மிகச் சில இடங்களில் கோடிகாட்டவாவது வேண்டும் என்ற எண்ணத்தில் அங்கொன்றும் இங்கொன்றுமாகச் சிறு குறிப்புகள் தந்திருக்கிறேன், மலைத்து நிற்கும் வழிப்போக்கனுக்கு எப்போதாவது தென்படும் சாலைக் குறியீடுபோல. இந்தக் குறிப்புகளைத் தொகுப்பின் கடைசியில் காணலாம்.

ஜி. பி. பிரபாத்

பகுதி 1

விசாரணை

பிறப்பிறப்பு[1]

நித்தியம் என்ற சர்ப்பமும்
அநித்தியம் என்ற சர்ப்பமும்
பின்னிப்பிணைந்து
ஆலிங்கனம் புரிந்தால்
நான் பிறப்பேன்
அவை கொஞ்சிக்குலாவி
காதல் பேசினால்
என் இளமை தழைக்கும்
சீறிச் சீற்றமடைந்து
சர்ப்பங்கள் ஊடும்போது
என் ஊன் பலவீனமாகும்
அநித்தியம் நித்தியத்தைத் தீண்டிட
பிணைந்த சர்ப்பங்கள்
பிரிந்து தனி வழி செல்ல
நான் இறப்பேன்
மறுபடியும் சர்ப்பங்கள் சந்திக்கும்
யாரோ பிறப்பார்

●

யாசகம்

"யாசகம் கேட்டு வந்திருக்கிறேன்
ஒரு வாசகம் வேண்டும், அம்மணி"

"எந்தப் பொன்னும் இல்லை இங்கே
அள்ளி உமக்குக் கொடுப்பதற்கு"

"பயனில்லா மிளிர்வு கொண்ட பகட்டுப் பொன்
 வேண்டாம்
ஒரு வாசகம் வேண்டும், அம்மணி"

"எந்த உடையும் இல்லை இங்கே
எடுத்து உமக்குக் கொடுப்பதற்கு"

"பொய்க்காயம் புறந்தெரியா போர்த்திவைக்கும் உடுப்பு
 வேண்டாம்
ஒரு வாசகம் வேண்டும், அம்மணி"

"எந்தத் தின்பண்டமும் இல்லை இங்கே
இன்று உமக்குக் கொடுப்பதற்கு"

"உறுமும் வயிற்றை உவகைப்படுத்தும் உணவேதும்
எனக்கு வேண்டாம்
வாசகம் வேண்டும், அம்மணி, வாசகம்!
முப்பாட்டனார் யாரேனும்
முன்ஜாக்கிரதையாய் மூடிப் பத்திரப்படுத்தியிருப்பார்
மறந்துபோன பழம்பொருளாம் வாசகம்
உள்தேடி, கிடைக்கிறதா பாருங்கள்
மூடும் தூசி மூக்கடைக்காமல்
ஊதியெடுத்து வாருங்கள்"

விருட்டென்று வார்த்தையின்றி அம்மணி
விட்டுப் போன வீட்டின் இருள்
வெறித்து நோக்கி
வாயில் வீற்றிருந்தால்
வாயில் என் வாசகத்துடன் அவள்
வரும் வாய்ப்பு என்ன?

●

பராக்குப் பார்ப்பதும் பரம்பொருளும்

யாவற்றையும் பார்த்து ரசிக்கும்
யாத்திரிகன் நான்
கவலை ஏதுமின்றி
கண் போன போக்கிலே
கண்மூடி கனாக்கண்டு
கண்திறந்து காட்சியின் சாட்சியாய்
எதிர்வரும் அனைத்தையும்
வெறும் பராக்குப் பார்ப்பதுதான்
என் வேலை
தேரோட்டுவது அல்ல
எல்லோருக்கும் தேரோட்டி ஒருவன்
தேர்ச்சி பெற்ற வழிகாட்டி அவன்
மற்றபடி நீ தேரோட்டுவதெல்லாம்
மாயத்தோற்றம் மட்டும்தான்
குதிரை மிரள்வது கண்டு அஞ்சாதே
குண்டும்குழியும் கண்டு அயராதே
ஏன் தேரேறினோம் என்று தெரியாது
தானாகத் தேர் ஊர் போய்ச் சேரும்
வந்து நில் என்னோடு
வருகிறது பார், தூரத்து எழில்!

●

மறை

மரைதன்னில் சுழலும் மடையன் எனக்கு[2]
மறைந்து மறைந்து விளையாடும் உன்னை
மறைக்கும் திரைதன்னை விலக்கும்
மறை எது, விளக்கும் மறை எது?

●

ரகசியம்

சவ வேட்டையாடும் சடையன் இவன்
சலிக்காமல் உயிர்குடிக்கும் சகலம் அறிந்தவன்
உணர்ச்சியற்ற உறக்கத்தில் அவன் மடி கிடக்கையிலே
சிதையிலிருந்து விதைமுளைக்கும்
சித்தாந்த சூட்சுமத்தைச்
சடலமென்று பாராமல்
சபையோர்கள் அறியாமல்
செவிதன்னில் ஓதிடுவான்
கண் விழித்துப் பார்க்கையிலே
நெடுநாளாய் நச்சிகேதன் நாடிய ரகசியம்
நொடிப்பொழுதும் நில்லாமல் மாயையாய் ஆனதே!

●

ஆத்திசூடி

அயராது
ஆந்தையாய்
இரவில் அலைந்து நான் கண்ட
ஈயும் பருந்தும் பிளிறும் வேழமும்
உறங்கும் நிலையில்
ஊனாகி உயிராகி[3]
எல்லார்க்கும் உறவாகி
ஏகமாய்
ஒருங்கிணைந்த
ஓங்காரம் ஓதும்
ஔவியமற்ற உலகம்
இஃதே

●

என்னைக் காண வந்த கடவுள்

கடவுள் என்னைச் சந்திக்க வந்திருந்தாராம்
நித்ய நிகழ்விலன்று
நண்பனுக்கு அடக்கம்
நான் மயானம் சென்றதைத்
துணைவி தெரிவிக்க,
காத்திருக்கிறேன் என்று
கடவுள் ஓட்டை நாற்காலியில் அமர்ந்திருந்தார்
காலம் கடக்க, மறுபடியும் வருகிறேன் எனக்
கடவுள் மறைந்து மாயமானார்
மயானம் சென்று திரும்பி
மனையாளிடம் கதை கேட்டு
காத்திருந்த கடவுள்
வீற்றிருந்த இடத்தின்
இளஞ்சூட்டில் அமர்ந்த எனக்கு
ஏதோ புரிந்ததுபோல் இருந்தது

●

பழம்[4]

காலையில் வேலைக்காரன்
பரபரப்பாய் உரைக்கிறான்
"கண்டேன் ஐயா, சந்தையில்
கண்டிராத புதுப்பழம்"

"பலாப்பழம் பார்த்திருப்பாய்
போக்கத்த பைத்தியக்காரா"

"பலாப்பழம் நானறிவேன்
பச்சையாய் முள்ளிருக்கும்"

"திராட்சைப்பழம்தானே
தடிமாட்டுப் பயலே?"

"கறுத்து உருண்டு
குலைகுலையாய்த் தொங்கும்
திராட்சையில்லையிது"

“சாத்துக்குடியாயிருக்கும்
சரியாகப் பார்த்தாயா?”

“மஞ்சப்பந்து போலிருக்கும்
சாத்துக்குடி அல்ல இது”

“வெல்லம்போல இனிக்கும்
வாழைப்பழம் அல்லவா?”

“தினம் உண்ணும் தெவிட்டாத
வாழைப்பழம் தெரியாதா?”

“எதைத்தான் கண்டாய்
எடுத்துச்சொல் மடையா”

“பலா அல்ல, வாழை அல்ல
சாத்துக்குடியோ, திராட்சையோ
கலகமூட்டிய மாம்பழமோ அல்ல
காலையில் நான் கண்டது”

“கண்ட கனியை யாதென்று
கூற முடியா முட்டாள்
கற்கும் என் காலத்தைக்
கனிவின்றி விரயமாக்கும்

மூளையில்லா மூடா
நான் படிக்கும் அத்வைதம்
நாள் எத்தனை ஆனாலும்
நிச்சயமாக உன்னை
நெருங்கிக்கூட வாராது''

●

ரிஷி

இது என் குடில்
போவதற்கு எங்கும் இல்லை
இது என் ஆசனம்
அமர்ந்தால் எழுந்திருக்க அவசியமில்லை
இது என் கை
நீட்டி எடுப்பதற்கு ஒன்றும் இல்லை
இது என் கண்
மூடினால், உலகமென்ன, அண்டமே என் எதிரில்

●

பாம்பு

பெரியதாகப் பிரபஞ்சத்தைத்
தழுவியிருக்கும் இந்தப் பாம்பு
சிறிதாய் அணு முட்டைக்குள்
சுருண்டு படுத்து உறங்குகிறது

சிசுவிலும் பசுவிலும்
புள்ளிலும் பூவிலும்
ஒளிந்து விளையாடுகிறது

நிலாவில் தெரிவது முயலல்ல
கூர்ந்து பார்த்தால்
ஊடுருவுவது அங்கேயும்
ஊரும் நம் நண்பன்தான்
படம் எடுத்துப் படையை அச்சுறுத்தும்
பிணந்தின்னும் பித்தப்பாம்பு

விஞ்ஞான வேட்டையரை
விஷத்தனம் இல்லாது
விஷமத்தனம் மட்டும் கொண்டு
கண்ணிரண்டும் சிமிட்டி
கிட்ட வா என்றழைத்து
வந்ததும் ஏளனப் புன்னகை வீசி

வாலினால் வேட்டையரை விளையாட்டாய்த் தட்டி
வலுவாக அதைப் பற்றி வேடர் இழுக்க
வழுக்கும் வால் கை நழுவி
வயலுக்குள் விழிவிட்டு அகன்றதென்ன

மெய்ஞான மறவரையோ
முகத்தை விரித்து
முறைத்துப் பார்த்துரைத்தது
“மல்லாட வா
மீண்டும் பார்ப்போம்”
மறவன் வில்லைத் தேடும் நேரம்
மண்ணினுள்ளே மறைந்ததென்ன

விஞ்ஞான வேட்டையரும்
மெய்ஞான மறவரும்
பெரிதினும் பெரிதாகி
சிறிதினும் சிறிதாகி
புதரோடு புதராகும்
பாம்பைப் பிடிக்கும் படலத்தை
மூன்று நாள் தாடி சொரிந்து
வேடிக்கைபார்க்கும் வெட்டிக் கூட்டத்தில்
அடியேனும் ஒருவன்

●

நண்பன்[5]

காதுகளில் இசை நாவில்
தித்திக்க
நாவின் தீஞ்சுவை நாசியில்
மணக்க
மூக்கைத் துளைக்கும் மணம்
கண்முன் காட்சிதர
இது தூக்கமில்லை, விழிப்பில்லை
நிழலாடும் பொய்யான கனவுமில்லை
அங்கே வருவது யார்?
என் நண்பன் துரீயாவா?
இவை உன் வருகையின் அடையாளங்களா?
கண்களின் அருங்காட்சி
காதுகளில்
ததிங்கிணத்தோம், தத்தோம்...

●

மலையேறி[6]

உச்சி முகர்ந்து
ஞான மலை உச்சி முகர்ந்து
மறுபக்க மர்மத்தை
மறைத்தது ஏனோ?
பாராத பக்கத்தை
வாராத வார்த்தையால்
வருணிக்கும் உன் சங்கடத்தில்
வியப்பொன்றும் எனக்கில்லை
கால் கடுக்க ஏறி
கண்டுவிட்ட சங்கதியைக்
கொடி போன்ற ஏதேனும்
கைப்பிடித்து அசைத்தால்
கீழ் நிற்கும் நாங்கள்
கைகொட்டிக் களிப்போம்
கீழிறங்கி நீ வரக்
காத்திருக்கும்போது
கைகூடும் என்று
துளிர்க்கும் சிறு நம்பிக்கை

●

பரிமாற்றம்[7]

குருடாகி முடவாகி
குறுநகை பலியாகி
நான்கு உற்றாரின்
நோய்ச்சுமையால்
வளை முதுகாகி
வணங்க
நான் தயார்
சுற்றம் பிணி தீர்த்து
சுடரும் முகங்களருள
நீ தயாரா?

●

நான் காண வேண்டுமே

யார் கண்டு என்ன பயன்
ஊர் கண்டு என்ன பயன்
நான் காண வேண்டாமோ?
யார் கேட்டு என்ன பயன்
ஊர் கேட்டு என்ன பயன்
நான் கேட்க வேண்டாமோ?
பார்த்தவர்கள் கேட்டவர்கள்
பரவசப் பாடல்கள்
செவிக்கு உணவு என்றாலும்
செரிக்கத்தான் மறுக்கிறது
தெரிகிறதென்பது தெரியவில்லை
தெரியாதென்பது தெரிகிறது

●

மறந்த கேள்விகள்

சாட்டையடியால் வலிக்கும்
வலி என்ன வலியோ
ஓலமிட்டழுதால் ஒலிக்கும்
ஒலி என்ன ஒலியோ
செல்வத்தை இழக்கும்
இழிவு என்ன இழிவோ
சீற்றமது அழிக்கும்
அழிவு என்ன அழிவோ
பந்திக்கு முந்திக்கொள்ளும்
வெறி என்ன வெறியோ
பகை பற்றிச் சிரிக்கும்
சிரி என்ன சிரியோ
அன்று இவை அறிந்த எனக்கு
இன்று இவை மறந்ததே
என்ன என்ன என்று கேட்டு
என்னுடைய கூடு விட்டு
நான் பாய்ந்து நாள் பல ஆகிறதே

●

தனித்துவம்

*காலத்தின் அருவியில்
அதோ ஓரத்தில் ஜொலிக்கும்
திவலை நான்*

*பரிணாமச் சங்கிலியில்
தகப்பனுக்கும் மகளுக்கும்
தகதகக்கும் இணைப்பாக நான்*

*ஜன சமுத்திரத்தைப்
படம் பிடித்தால்
நிதர்சனக் கரும்புள்ளியாகத் தெரிவது
என் முகம்தான்*

*விமானம் இறங்குமுன்
ஊரும் எறும்புகள் போன்ற ஊர்திகளில்
நான்காவதில் நான், நானேதான்*

●

கைமாறு

(முற்றும் துறக்கும் தறுவாயில் உள்ள அரசன் அறுதி உண்மை யிடம் முறையிடுகிறான்.)

என் கண் இனி உன் கண்
அது கொண்டு நீ பார்
என் மண் இனி உன் மண்
என் பார் அல்ல, அதை உன் பார் என்பார்
என் செவி இனி உன் செவி
சுவைத்துக் கேள் பல கவி
என் கை இனி உன் கை
சிவக்கட்டும் கொடு, புகழும் இப்புவி
கை கொடுத்தபின், கைமாறாகக் கைகொடு
காதோடு குரல் தணித்துக் கூறிவிடு
உன் பெயர் என்ன?

●

பதிவேடு

ஒருங்கிணைக்கும் மந்திரம்[8]
ஒருமையாக்கும் தந்திரம்
ஒருநாள் நம்மிடை இருந்ததாமே
கல்லும் வெண்கலமும் இரும்பும்
கடந்து வந்த போதிலே
அந்த வேதம் கைநழுவி
வழியில் விழுந்து தொலைந்ததா?
மரத்திலிருந்து விழும் பழத்தை
விஞ்ஞானம் பார்த்துக்கொள்ளும்
மனதிலிருந்து எழும் பயத்தை
எஞ்ஞானம் விளக்கி வைக்கும்?
தனிமனிதன் சோகமும்[9]
பல வர்ண சொப்பனமும்
கசக்கிப் பிழியும் காதலும்
பிரபஞ்சத்தின் பதிவேட்டில்
பதித்துவைக்கக் காணோமே?
கண் மூடினால் மறையும் அண்டம்
சென்ற இடம் அறியும் வித்தை
யார் தொலைத்தரோ?

●

முதியவர்

அறியாதவர்க்குக் கரடி
அறிந்தவர்க்குக் கடவுள்
அத்வைதம் அறிவித்த
முதியவர் இன்றில்லை
அவர் வாக்கு மட்டும்
இங்கு எங்கோ
கரடிபோல் சுற்றிக்கொண்டிருக்கிறது

●

கடையும் இடையும்

ஒரு விந்தைக்
கருவாக்கி
நான் வந்தது
ஒரு விந்தை

இளமையில் கல்
பள்ளிக்கூடப் புரட்சியின்
போது கையில்
இளமையில் கல்

உலகம் என்ற சந்தை
நுழைந்து
தேடி அடைந்தேன்
உலகம் என்ற சந்தை

புரியாத கடை
தெருவெங்கிலும்
காலத்தின் எல்லையிலும்
புரியாத கடை

கண்டுகொண்டேன் பெருமானை
வேட்டையாட
வில் எடுத்தபோது
கண்டுகொண்டேன் பெருமானை

அடியாள்
சங்காத்தம் கைவிட்டு
ஆனேன் கடவுளின்
அடியாள்

●

இயந்திரம்

ஏன் என்று தெரியாமல்
ஓடும் ஒரு இயந்திரம்
ஓடத்தான் வேண்டும் என்று
நம்பவைக்கும் மாயத் தந்திரம்
கேள்வி கேள் கேள்வி கேள்
என்கிறது மந்திரம்
கேள்வியை ஒடுக்குவது
கூட்டத்தின் கண்டனம்
பக்கத்துப் பழம்பெரும் இயந்திரம்
பலகாலம் ஓடிய களைப்பில்
பட்டென்று நின்றது
கேள்வியின் நெருடல் குடையக்குடைய
மறுபக்கம் முறைக்கும்
மிகப் படித்த இயந்திரத்தின் பார்வையில்
தொண்டைக்குழிக் கேள்வி
தற்காலிக மரணத்தைத் தழுவியதே
இன்று ஓடுவோம்
நாளை கேட்போம்!

●

குருவி

சிறகடித்துப் பறந்து திரிய நினைக்கும் நான்
குருவியல்ல வெறும் கருவி
நாளை என்பது என்ன?
இன்று எப்படி முடியும்?
இதை எப்படியாவது கண்டறிவேன்
என்று அவ்வப்போது கறுவிப்
பின் தலையில் குட்டிக்கொண்டு
எவனோ இயக்கும் கருவிக்கு
இந்தக் கவலையெல்லாம் எதற்கு?
மறக்கக் கூடாது
குருவியல்ல நான் வெறும் கருவி

●

எல்லாம்

பெரியது எனது சிறுமை
சிறியது எனது பெருமை
சிறுமையில் மிகச் சிறுமை தெரியவில்லை
பெருமையில் மிகப் பெருமை புரியவில்லை
சிறியது பெரியது எனச்
சிறிதும் சிந்திக்காது
எந்த ஒன்றை அறிந்தால்
எல்லாம் அறிந்ததாகும்
சிறிதும் பெரிதும்?[10]

●

எங்காவது தென்படும், என்றாவது புலப்படும்

மழிக்க வேண்டா முதல்முகம்
மாறுமுன்னர் சுற்றிலும்
பொருள் தெரிந்தபோதிலும்
பொருள் படுத்தவில்லையே
பொருள் படுத்தும் பாட்டைப்
புறக்கணித்துப் புறக்கணித்து பின்
பொருள் ஈட்டும் பணி நிறுத்திப்
பிறந்ததிந்தத் தேடல்

மீசை முகம் ஆசை அகம்
சுவாசம்போன்ற மனைவியைத் துறந்துவிட்டுப் பிறந்ததிந்தப்
பிடிவாதத் தேடல்
எங்காவது தென்படும், என்றாவது புலப்படும்

கட்டும் வேட்டி காவி
கருந்தாடி நீவி
காத்திருக்கும் ஆவி
காலம் வரும் விரைவில்
எங்காவது தென்படும், என்றாவது புலப்படும்

காவியும் கந்தலாகிக்
கருமையும் வெண்மையாகி
காத்திருந்து காத்திருந்து
கண்மூடிப் பார்த்திருந்து
காணவில்லை ஒன்றும்
எங்காவது தென்படும், என்றாவது புலப்படும்

புரியவில்லை பாமரனுக்குப்
பிரபஞ்சத்தின் பல்வகைக் கூத்து
தினம் நடக்கும் ஏமாற்றம்
தவிர்க்க முடியாத ஏமாற்றம்
எங்காவது தென்படும், என்றாவது புலப்படும்

தேடல் விட்டுப் பழுதடைந்த
பாதம் போன பாதையில்
கூம்பிப்போன கண்களுக்குச்
சட்டென்று
எங்காவது தென்படும், என்றாவது புலப்படும்

●

ஓரங்க ஒத்திகை

தனிப்பயணம் தொடங்குகிறேன்.
சிறிது உணவு சில உடை
பணமில்லாப் பையுடன் பிரியாவிடை
இப்படித் தொடங்கும் பயணம்.
இருட்டுப் பாதையில்
குருட்டுப் பார்வையில்
கருப்பு முகங்கள்
கருத்து மாற்றம்
ஓரிரண்டு வார்த்தை
வேற்று மொழி குறுவசனம்
குழம்பும் மனதில் பெரும் விசனம்.

அந்நியர்கள் அனைவரும்
அத்தனையும் துறந்து
என்னைப் போல் தனிப் பயணம்.
உணவு தீர்ந்து உடை கிழிந்து
உடன் திரும்பிய கால்கள்
போகும்போது
அழுத்தும் அச்சம்
வரும்போது
சிறு சலனம்.
காசற்ற கட்டாயக்
கடைசிப் பயணமதற்கு
ஓரங்க ஒத்திகை, ஓரங்க ஒத்திகை

●

விதி மீறும் பட்டாளம்

விதி மீற வேண்டும்
விதி மீற வேண்டும்
விழிவழிக் காட்சி
விளங்கிடச் சிறிதேனும்
விதி மீற வேண்டும்
விதி மீற வேண்டும்

விதி மீறும் பட்டாளம்
வழி நடத்திச்சென்றால்
மனதாட்கொள்ளும் காட்சி
மட்டுமே உலகமென
மயக்கும் மதியை வெல்லும் விதியை
விரைவாகச் சென்றடையும்
வீதியும் துலங்கலாம்

●

உணராமல் உணர், புணராமல் புணர்

கேட்டதும் படித்ததும்
பிடித்ததும் கொண்டு
இதுநாள்வரை
உணர்வதுபோல் உணர்ந்தாய்
புணர்வதுபோல் புணர்ந்தாய்
கண்மூடிக் காதடைத்து
வாய்பொத்தி
நாசியின் சீர் மூச்சு
நாதமாகத்
துரீய நிலை எட்டியபின்
உணராமல் உணர்
புணராமல் புணர்
புதிய அனுபவம்
புதிராக இருக்கும்
பொறுத்திருந்து பார்
பதில் கிடைக்கும்
முன்னுரையும் இதுவே
முத்தாய்ப்பும் இதுவே

●

இந்தப் பகுதியை நிறைவுசெய்வதற்கு என் தந்தை, ஜி. எஸ். பாலகிருஷ்ணன் எழுதிய இந்தக் கவிதை மிகவும் உகந்ததாகப் பட்டது. அவர் ஆங்கிலத்தில் எழுதியதை நான் தமிழில் மொழிபெயர்த்திருக்கிறேன்.[11]

"மிதந்து செல்லும் மேகம்
மகிழ்ச்சியூட்டும் மத்தாப்பு
சவுக்காரக் குமிழிகள், சுழலும் புகை
மறைந்துவிடும் அநித்தியங்கள்
ஆனால் சில கணங்கள்
அவை
நித்தியத்தின் விளிம்பில்
சிலிர்ப்பதுண்டு"

●

பகுதி 2

இந்நாள்

ஒன்றாக இருங்கள்

நள்ளிரவில்
கடைசி மதுக்
கோப்பையைக் கவிழ்த்தபின்
கேளிக்கைச் சிரிப்புடன்
முகமூடி நண்பர்களை
மறந்துவிட்டு வந்தாயிற்று

இருபத்தியெட்டாவது மாடி வீட்டின்
கதவைத் தாழிட்டால்
கொடூர அமைதி

இணையதளத்தின் முகமில்லாப் பொய் மனிதர்கள்
தொலைக்காட்சியின் முகம் தெரியும் பொய் மானிடர்கள்
நிஜ சுவர்க்கோழியாவது
நிசப்தத்தைக் கிழிக்காதா?
நாளை என்னும் நிஜத்தை
நடுநடுங்க எண்ணி
நான் மட்டும் தனியாக
நித்திரை இல்லாக் கட்டிலில்

ஒன்றாக இருங்கள், ஒன்றாக இருங்கள்
பெரியவர்கள் சொன்னார்கள்
தனியறையில்
ஒற்றைச் செருப்பாய்?

●

அடிமைகள்

அடிமைகள்
நாங்கள் அடிமைகள்
நேற்றைய சிந்தைக்கு நாங்கள் அடிமை
நாளைய தொழில்நுட்பத்திற்கு இன்றே அடிமை
காசிருக்கும்போது கொக்கேய்னுக்கு அடிமை
காசில்லாமல் தவித்தால் கஞ்சாவுக்கு அடிமை
கள்ளுக்கும் அடிமை
கள்ளக்காதலுக்கும் அடிமை
கற்க ஒரு செய்தியும் இல்லாவிடினும்
கை நகர்த்தும் சுட்டிக்கும் அடிமை
மனச்சோர்வை மந்தகாசமாக்கும்
மருந்துக்கு அடிமை
நான் என்னை எனக்கு இம்மூன்றுக்கும்
நாங்கள் எப்போதும் அடிமை

வாசலில் வழிகாட்டி
வாய்கூவி அழைக்கிறார்
"வாலிபரே வாருங்கள்
அடிமைத்தனம் நீங்கிய நாளை உலகுக்கு"
விரைந்து அவரைப் பின்தொடர்ந்து
விழாது தடுமாறி நடக்கையிலே
வழிமறைத்துக் கேள்வி ஒன்று நிற்கிறது
அடிமைத்தனம் களைந்து
எதற்கு எஜமான் ஆகப்போகிறோம்?

●

காவல் தெய்வம்

*காவல் தெய்வம் ஒண்ணு
காத்திருக்குது
கல்லான கைகளை நொந்துகொண்டு
வாள் பிடித்த விரலின்று
வாளாவிருக்கிறதே
கொதித்தெழுந்து எவர் எவரையோ அன்று உதைத்த
கால் இன்று காலிழந்த கால்
கண்ணில் தெரியும் காட்சி மட்டும்
கலங்காமல் தெரிகிறது
மனது எந்தப் பழுதும் படாமல்
மார்க்கமின்றிக் கலங்குது
மடிமீது விழும் மக்கள்
மடிந்துமடிந்துபோவதை
மாற்றும் சக்தி ஏதுமின்றி
முழித்து முழித்துப் பார்ப்பதற்கு
முழுமைக்கும் கல்லாய்ப்
படைத்திருக்கலாம் என்னை
காவல் தெய்வம் ஒண்ணு
காத்திருக்குது
நெஞ்சு பொறுக்காமல்
பாத்திருக்குது*

●

சங்கதி

சங்கதி ஏதும் உண்டோ
சொல்லடி என் தோழி
சங்கடத்தில் நெளிகிறேன்
ஏற்றிக்கொள்ள பொடியேதும் இல்லை
ஊற்றிகொள்ள ஒரு சொட்டுத் திரவம் இல்லை
கண் காணக் கலவைக்காட்சியும்[12] இல்லை
சங்கதி ஏதும் உண்டோ
சொல்லடி துரிதமாக
பழங்காலத்துப் பாணியில்
சங்கப்பாட்டு ஒன்றை
சப்பிச் சுவைத்து
சமாளிப்பது எவ்வளவு நேரம்?

●

பங்குச்சந்தை மன்னன்[13]

பங்குச்சந்தை
அன்புக் கரங்கள் அணைத்திருக்கும் அகதி நான்
சங்கிலிகள் பிணைத்திருக்கும் கைதி நான்

பங்கு விலை ஏற, இறங்க
பரவசமாகும் அதிர்ஷ்டம் எனது
பழுதடையும் இதயம் எனது

பொழுது சாயும் வேளையில் போடும் சரக்கு
சீமைச் சரக்கு, போதும்வரை இறக்கு இறக்கு
தடித்த நாக்கு, தலையை வலி தாக்கு தாக்கு

இலவச உறவு
உல்லாச இரவு, காதலர்க்குப் பஞ்சமில்லை
நல்ல வேளை ஓசியாய், காசில்லாமல் சரசலீலை

விருப்பப்பட்ட நேரத்தில் வீட்டுக்குப் பயணம்
இந்நாள் மன்னன் நான், உலகம் முழுவதும் பிரயாணம்
யாருமில்லா ராஜ்யம், அதிரவைக்கும் சூன்யம்

●

காணாமல்போன உலகம்

அட, இது என்ன
ஜன்னல்வழி பார்த்தால்
உலகத்தைக் காணோம்
பிரபஞ்சம் மட்டும் தெரிகிறது
அட, உலகத்தைச் சுருக்கி
வீட்டுக்குள் ஒளித்துவைத்தால்
அண்டமன்றி
வேறென்ன
ஜன்னல்வழி தென்படும்?
தினம்தினம் அதிகாரி
தவறாமல் மிரட்டுகிறார்
நாளை வேலை விட்டுத்
தூக்கிவிடுவேன் உன்னை
இன்று நான் கூறிவிட்டேன்
தூக்கினால் தூக்குங்கள்
போய்விடுவேன் காதலிக்க
மறுபடியும் மனைவியைத்தான்!

●

நான்

முகத்தின் மீது பறக்கும் தலை முடி
என் முடி அல்ல
வாயில் பல்
வீழ்ந்து வளர்ந்ததல்ல
மழிக்காத முள்
மருத்துவர் கொடுத்தது
மழமழ சருமம்
அவர் கத்தியின் பரிசு
ஏதோ மனதில் கொஞ்சம்
மூளையில் சொச்சம்
மட்டும் இன்னும் மிச்சம்!

●

பகுதி 3

கதம்பம்

நாடோடிப் பாடகன்

ஓடோடிப் பாடும்
நாடோடிப் பாடகன் நான்.
காட்டோடும் கடலோடும்
காதல் கொண்டு
ஓடோடிப் பாடும்
நாடோடிப் பாடகன் நான்.
ஏட்டோடு ஒரு சொந்தம்
எனக்கில்லை என்றாலும்
விழியோடு உறவாடி
குறிசொல்லும் உலகம்.
காட்சியே செய்தி
கற்பதற்கே கற்பனை.
மாட்டோடும் வீட்டோடும்
அவை தந்த வேரோடும்
போராடும் என் நண்பா!
உயிரோடு நடமாடும்
யாவரும் நாடோடி.
புவியோடு ஒன்றான நானும் நீயும்
பூலோகம் பார்க்கலாம்
பற்றறுத்து வா.
ஓடோடிப் பாடும்
நாடோடிப் பாடகன் நான்.

●

ஆசானே அறிவி

ஆழ்நித்திரையில் இருக்கும் ஆசானே அறிவி
நீ வாய் திறந்தால் கொட்டும் வார்த்தை அருவி
உன் சொல்லின் சாரலில் நின்று பல முறை
துயர் துடைத்திருக்கிறேன்
துயிலெழுந்து முழுமையாகத்
தாராயோ உன் அறிவிப்பை
மட்டற்ற மகிழ்ச்சி வெள்ளத்தில் மூழ்கடிக்கும்
 உன் வாக்கை விட்டு
மற்றொன்றை மறந்தும் கேட்பேனோ?
ஆழ்நித்திரையில் இருக்கும் ஆசானே அறிவி

●

உத்தமம்

விடலைப்பையன்
வீரனாக மாறுவது
உத்தமம்

விதை வேர் விட்டு
மரமாக மாறுவது
உத்தமம்

சோலை கருகி
சுடுகாடாவது
உத்தமம்

சோர்ந்த எலும்புகள்
சாம்பலாவது
உத்தமம்

புஸ்வாணம் தீ கக்கித்
தலைகுனிவது
உத்தமம்

மாற்றமும் முதிர்தலும் மரணமும்
உத்தமமே

என்னை மட்டும் இப்படியே விட்டுவிடுங்கள்!

●

ஒரு திசைப் பயணம்

தரை தழுவிக் கடல் நோக்கிப் பாயும் நதி
மறுபடியும் மலை நோக்கிப் பாய்வதில்லை
தரை நோக்கி மரமிருந்து விழும் கனி
தலை திருப்பி மரம் நோக்கிப் பறப்பதில்லை
குழாயிலிருந்து விடுபட்ட பற்பசை
கொழகொழ உடம்பைப் பின்வாங்கப் பார்ப்பதில்லை
நதிக்கும் மரம்விழு கனிக்கும்
பற்பசைக்கும் பற்பல பாசங்களுக்கும்
வாழ்க்கைப் பயணம்
ஒரு திசையில்தான்

●

மீட்டுக் கொடு

(ஞாபகங்கள் மறைந்துகொண்டிருக்கும் மூதாட்டியின் வேண்டுதல்.)

கண்ணாடியில் தலை வெள்ளி தெரிகிறது
கண் முன்னே முன்போல நினைவுகள் தெரிவதில்லை
வந்த நாள் சரியாக நினைவுக்கு வரவில்லை
காதலனே
அந்த நினைவை எனக்கு
மீட்டுக் கொடு
நில், அதற்குள் போகாதே
வாலிபம் என்று சில காலம்
வழக்கம்போல எனக்கும்
வாய்த்திருக்க வேண்டும்
அந்த நினைவை எனக்கு
மீட்டுக் கொடு

இரு, திரும்பாதே

என் கடைவிழியில் நீயோ

உன் கடைவிழியில் நானோ

கட்டாயம் சிக்கி

மயிர்கூச்செறிந்திருக்க வேண்டும் ஒரு கணம்

அந்த நினைவை எனக்கு

மீட்டுக் கொடு

இரு, இரு, கிளம்பாதே

கடைசி கோரிக்கை

கடவுளே

என் காதலனே

அப்படியே

போன ஜென்மத்து

நினைவுகளையும்...

●

மண் ஆறிய சாலை[14]

ஆண்டவனின் ஆவேசக் கோடரி
அருளிய நிலத்தில்
உப்புநீரின் தாகம்
நச்சு நாகம்.
படம் விரித்தாடும் படையா?
விளையாட வேண்டாம் மடையா
என்று
மிரண்டு ஓடும் மக்களே நில்லுங்கள்.
மண்ணில் நீர் சிந்துங்கள்
வெப்பம் தணியுங்கள்.
அனந்தனின் சேனை
உப்புக்களத்தை ஊதும் உறிஞ்சும்
மலைகள் மிஞ்சும்
இயற்கை கொஞ்சும்
சர்ப்பத்தை வழிபடு
சகலமும் நலமே
கவலையின்றி வாழ்
கடவுளின் நாடிது.

●

நஞ்சின் உறைவிடம்

நக்கினால் கொல்கிறது என்று
நாவை அறுத்துவிட்டேன்
கக்கினால் கொல்கிறது என்று
குரல்வளையைப் பிறாண்டிவிட்டேன்
கடித்தால் கொல்கிறது என்று
பல்லைப் பிடுங்கிவிட்டேன்
அடித்தால் கொல்கிறது என்று
கையை வெட்டிவிட்டேன்

கொல்வது மட்டும் நிற்கவில்லை
எதிர் இருப்போரின் நெஞ்சு
கொல்லும் எனது இந்த நஞ்சு
எங்கே?
எவ்விடம்
இவ்விடம்?

●

மயக்கம்

மந்திரக் கோலோச்சி
மாய வலைவீசும் நீ
முட்கள்மீது உறங்கும் என்னை
முட்டாளாக்க முடியாது
மௌனி நான்
மோகினி நீ
முட்டிக்கொள்ளும் சக்திகளில்
முக்திக்கு வழி எது என்று
தப்பாது அறிந்த என்னிடமா பலிக்கும்
தரக்குறைவான உன் பித்தலாட்டம்
தொலைந்து போ
என்று கூறியும்
விசுவாமித்திரா
ஏன் மயங்கினாய்?

●

ஆசிரியன் அங்கலாய்க்கிறான்

ஒரு சரீரம்
அரை மனது
இவை கொண்டு
எவ்வாறு உலகளந்து
அதை மொழிந்து
பிறர் புரிந்து?

ஆசிரியனாய் இருப்பது
ஆசைக்கு நன்றுதான்
ஆசாமியை சாமியாக்குவது
அவ்வளவு ஒன்றும் சுலபமில்லை
அறியாமையில் கற்பது நம் விதி
அறியாமையைக் கற்பது நம் விதி

●

நான் போட்ட பாதை

கொல்ல வேண்டுமென்று குத்தவில்லை
கத்தி கொடுத்தவன் யாரோ
கொட்டமடிக்க நினைக்கவில்லை
புத்தி கெடுத்தவன் யாரோ
காதல் மிகு கூட்டத்தைக்
காக்க நினைக்கும் கைகளை
மூளையின் மூர்க்கம்
மாற்றியடிக்க வைக்கிறது
உள்ளொன்று வைத்துப் புறமொன்று வந்தால்
உள்ளிருப்பது என்னவாயின்
யாருக்கு என்ன?
நல்லெண்ணங்களால் நரகத்திற்கு நானிட்ட பாதை
நீண்டுகொண்டே போகிறது

●

புகைப்படம் தயாரிப்பது எப்படி

ஒரு பகுதி துயரம்
ஒரு பகுதி குற்ற உணர்வு
ஒரு பகுதி ஆறுதல்
இம்மூன்றுடன்
ஒளிரும் அவர் எண்ணங்களின் வண்ணங்களை
நன்றாக உருத்தெரியாமல் கலந்தால்
மேஜைமீது காலமான அப்பாவின் புகைப்படம் தயார்

●

விருந்தாளி

(கூடு கட்ட என் வீட்டை நாடி ஒரு புறா வந்தபோது.)

வீட்டுக்கு விருந்தாளி வந்திருக்கிறார்
வீடு கட்ட வந்திருக்கிறார்
கட்டிய வீட்டின் கதவருகே
கம்பீரமாய் அமர்ந்திருக்கிறார்
ஒரு தொல்லை கொடுக்காமல்
ஒரு சொல்லை உதிர்க்காமல்
வழக்கமான மருட்சியின்றி
வருவோரைப் பார்க்கிறார்
பொறித்த குஞ்சைப் பறிக்கப்பார்த்தால்
பொங்குகின்ற வீரர் இவர்
பறக்கும் குஞ்சு கண்டவுடன்
பொசுக்கென்று சாது ஆவார்
கண்ணுக்குக் கிடைக்காத காட்சி
கிட்டத்தில் அவர் கண்ணின் மருட்சி

●

சாம்பலடி நெருப்பு

திடீரென்று தமிழின்பால்
எனக்கு ஒரு ஈர்ப்பு
சாம்பலுக்கு அடியில் எரியும் ஒரு நெருப்பு.
ஆசிரியப் பெருமக்கள்
ஆற்றிய பெரும்தொண்டை
சிறிதளவு உள்ளடக்கி
சிமிட்டுகிறது கண்ணை
சிற்றறிவு எனது.
படிப்புக் காற்று
அறியாமைச் சாம்பலை
ஊதிஊதித் தள்ள
கொழுந்து விட்டு எரிகிறது
தங்கமாக ஜொலிக்கிறது
இனம் புரியாத ஜுவாலை

●

பொது அங்கீகாரம்

நடுக்கூடத்தில்
அமரவைத்துக்
குடம் தண்ணீரைத்
தலைமீது
கொட்டினால்
கொண்டாட்டம் மற்றவர்க்கு
குளிரும்
குரல் நடுக்கமும்
எனக்கு மட்டுந்தான்

●

தீக்கோழி

தலைகாணிமீது முகம் புதைத்தால்
தற்காலிகமாய் உலகம் மறைகிறது
கற்கால மனிதன் கோபமாய்க்
காதில் கிசுகிசுக்கிறான்
குப்புறப் படுக்காதே, குன்றிப்போகாதே
குடல் குடையும் கவலை கடக்காமலா
நான் நீயானது?
குனியாமல் நில்
கீழ்ப்படியும் உலகம்
கற்காலன் குரல் கேட்டு
கண் திறந்து பார்த்தால்
கர்ண கொடூர உலகம் இடுப்பில்
கை வைத்து முறைக்கிறது
தற்போதைக்குத் தலைகாணி முகம் பதிக்கலாம்
காலம் சற்றுக் கடந்தபின்
கண் திறந்து பார்க்கலாம்
கடுகடு உலகம்
கடுப்படைந்துபோயிருக்கும்

●

முதுகு

முடிந்துவிட்ட யுத்தத்தில்
முதுகு காட்டி மறைந்தவரே
மன்னன் அறிக்கை விடுக்கிறார்.
மார் காட்டி மறைந்தவருக்கு
மரியாதை காட்ட நினைக்கிறார்.
முதுகு காட்டும் யாவரையும்
மன்னித்தருளவிருக்கிறார்.
மறுவாழ்வு இவர்க்கு அளிக்காவிடில்
மக்கள் யாரும் மிஞ்சிடார்.
முடி காக்க முடியாத
முதுகெலும்பு இல்லாத
உம்மை இனி நம்புவது
மூடத்தனம் என்று எண்ணி
முற்பட்டுள்ளார் மன்னர் கவசம் செய்ய
முதுகை மூடிக் காப்பதற்கு.

●

அரண்மனைக் காவல்

குணக்குன்று குணக்குன்று என்று போற்றி
குலக்கொழுந்து நீயடா என வாழ்த்தி
குனியக்குனியக் குட்டி
குள்ளனாக மாற்றி
குருதி மணம் தெரியாமல்
குரங்கு மனம் அறியாமல்
குறும்பு ஒன்றும் செய்யாமல்
குடைந்தெடுக்கும் அறிவு
குடைசாய்ந்து விழுந்தது.
குற்றம் செய்யாததால் நெஞ்சு
குறுகுறுக்கிறது.
குருட்டு வாழ்க்கை போதுமென்று
குரல்வளை பற்றியது.
குழந்தை உள்ளம் மறைந்தது
குதர்க்கம் அங்கே வளர்ந்தது.

●

பட்சி

தலைக்கு மேலே பறக்கும் பட்சி
தரை நோக்கி வந்ததே
தரை நோக்கி அல்லவே
தலை நோக்கி வந்ததே
விமானத்தின் பொலிவுகொண்டு
தோளின் மீது அமர்ந்தே
கிசுகிசுக்கும் குரலில் இரண்டு
வார்த்தை சொன்னதே
சொன்ன வார்த்தையேதும்
சரியாகப் புரியவில்லை
"சிறகடிப்பின் படபடப்பில்
காது கேட்கவில்லையே
சொல் இன்னும் ஒரு முறை
உனது சிறிய ரகசியமே"
"அதிகம் போற்றும் ஒரு குணம்
அதிகரிக்கும் தலைக்கனம்
மீண்டும் பறந்து வந்து நான்
மர்மச் செய்தி சொல்லுவேன்"
விமானம் பறந்து போனதே

●

நாணயஸ்தன்

ஏ பேரண்டமே
என் கவலைகளை
சற்று நேரம் பிடி
இன்றிரவு
நான் சிறிது தூங்குகிறேன்
ஆனால்
நீ நாணயஸ்தன்
நாளை காலை
மறக்காமல்
ஒன்று விடாமல் எண்ணி
ஒப்படைப்பாய் என் கவலைகளை
என்னிடம்

●

அந்நியன்

பெற்றோருக்கு
லட்சிய மகனில்லை
பிள்ளைகளுக்கோ
ஆதர்சத் தந்தையில்லை
தம்பி தங்கைக்குத்
தகுந்த தமையனில்லை
யாருக்கும் உற்ற
நண்பனில்லை
மனைவிக்கோ கணவனே இல்லை
இவை போக மிச்சமிருக்கும்
அந்நியன்
என்னை முறைப்பவன்
யார்?

●

பெரியவன்

வயதில் சிறியவர்க்கு
நீ பெரியவன்
வயதில் பெரியவர்க்கு
நீ பெரியவன்
சினத்தில் சிறியவர்க்கு
நீ பெரியவன்
சினத்தில் பெரியவர்க்கு
நீ பெரியவன்
அற்பனுக்கு
நீ பெரியவன்
அதிபுத்திசாலிக்கும்
நீ பெரியவன்
சிறிதும் நீ
சிறியவன் ஆக ஆசைப்படாதே
பெரியவனாக இரு
பட்டென்று போய்விடு

●

உயர்வாழ்வு

நீ ராவணனே ஆனாலும்
உன் சபையோர் எள்ளி நகைத்தாலும்
நான் ஹனுமான்
என் சிம்மாசனத்தை நானே கட்டிக்கொள்வேன்
உன் அரியாசனம் பறிக்கப்படலாம்
என் அரியாசனம் எனதே
நினைத்தால் உன் நாற்காலி உயராது
நினைப்பால் என் நாற்காலி உயரும்
யாரும் பார்க்கும்படி
எவ்வளவு உயரத்தில் வேண்டுமானாலும்
என்னால் அமர முடியும்
யார் அனுமதியும் வேண்டாம்
நீ இக்குற்றம் செய்ததில்லையா, அக்குற்றம் செய்ததில்லையா
என்று எவன் கேட்பது?
இல்லை, செய்ததில்லை
ஒழுக்கம் என்பது வாய்ப்பு இல்லாமை அல்ல
வாய்ப்பிருந்தும் செய்யாமை

●

பாதியல்லாப் பாதி

என்னில் பாதி பெண்
என்ற தமிழாசிரியர் கூற்றில்
எங்கோ தவறு போல.
என்னைப் பிளந்தால்
பெண் பகுதி மிகப் பெரிதாகவும்
மறு பகுதி தக்கனூண்டாகவும்
தெரிவது ஏன்?

●

குறிப்புகள்

1. நமது மரபணுக்களை அடக்கியுள்ள டி. என். ஏ. இரண்டு பாம்புகள் பின்னிப் பிணைந்ததைப் போன்ற அமைப்பைக் கொண்டது.

2. "விதிக்கப்பட்ட மரையில் சுழல்கிறேன் நான்" ("I rotate in predestinate grooves") என்கிறது ஒரு ஆங்கிலப் பாடல். (David Darling, *Zen Physics*, HarperCollins, NY, 1996, p. 27.)

3. இந்த வரிக்காக மாணிக்கவாசகருக்கு நன்றி.

4. அத்வைதத் தத்துவப்படி "இதுவன்று, இதுவன்று" என்று நமக்குப் புலப்படுவது அனைத்தையும் நிராகரித்தால் மிஞ்சுவது அறுதி உண்மையான பிரமன்.

5. பொதுவாக நாம் தூக்கம், விழிப்பு, கனவு காணுதல் என்ற மூன்று நிலைகளில் ஒன்றில் இருப்போம். உபநிஷத்துகளில் இந்த மூன்று நிலைகளையும் தாண்டி துரீயா என்ற நான்காவது உன்னத நிலையை ஒருவர் அடைய முடியும் என்று கூறப்பட்டுள்ளது. துரீய நிலை என்பது, நான் வேறு, இந்த பிரபஞ்சம் வேறு என்ற பாகுபாடு மறைந்து, பிரபஞ்சத்துடன் ஒன்றாவது. இந்த நிலையில் புலன்களுக்குச் செய்வதற்கு வேலை ஏதும் இருக்காது. துரீய நிலை

பற்றி என் ஊகம்: புலன்களிடையே உள்ள வித்தியாசங்கள் மறைந்து அவை ஒன்றை ஒன்று தூண்டிவிட்டுக் கொள்ளும் சினஸ்தீசா (synesthesia) என்று கூறப்படும் நிலையை அடைந்துவிடும் என்பது.

6. 'The bear went over the mountain' என்ற குழந்தைகளின் ஆங்கிலப் பாடலின் (nursery rhyme) பாதிப்பினால் எழுதியது. இந்த ஆங்கிலப் பாடலில் ஏதோ ஒரு செய்தி, தத்துவம் பொதிந்திருப்பதாக எனக்குத் தோன்றுகிறது.

7. மொகலாயப் பேரரசர் பாபர், தன் மகன் ஹுமாயுனுக்கு ஒரு கடும் வியாதி வந்தபோது, கடவுளிடம் அந்த வியாதியைத் தனக்குத் தந்து ஹுமாயுனைக் காப்பாற்றும்படி வேண்டியதால், அந்த வியாதி பாபரைப் பற்றிக்கொண்டு, ஹுமாயுன் பிழைத்து, பாபர் இறந்தார் என்பது பரவலாக பாபரின் இறப்புக்குறித்துக் கூறப்படுகிறது.

நாராயணீயத்தை இயற்றிய நாராயண பட்டத்திரியும் இது போன்று, கடும் நோயால் அவதிப்பட்ட தன் குருவின் நோயைத் தான் ஏற்றுக்கொண்டு குருவை விடுவித்ததாகப் பொதுவாக நம்பப்படுகிறது.

மாணிக்கவாசகரின் பாதிப்பும், ஔவையாரின் 'பாலும் தெளிதேனும்' பாடலின் பாதிப்பும் இந்தப் பாடலில் தெரியும்.

8. அறிவியலின் தேடல்களில் முக்கியமானது 'அனைத்தையும் ஒருங்கிணைக்கும் கோட்பாடு' (Theory of Everything). குறிப்பாக, அத்தகையக் கோட்பாடு தனிமனித அனுபவத்தையும் பிரபஞ்சத்தின் நிகழ்வுகளையும் ஒருங்கிணைப்பதாக விளங்க வேண்டும்.

9. மேற்கத்தியத் தத்துவத்தின் பிரிவுகளான ஃபினாமினாலஜியும் (Phenomenology), பாசிடிவிசமும் (Positivism) தனிமனித உணர்வுகளையும், அனுபவங்களையும், தீர்மானங்களையும் அறிவியல் ரீதியாக, பாரபட்சமற்ற முறையில், ஆராய வேண்டும் என்று வலியுறுத்துகின்றன.

10. முண்டக உபநிஷத் 1.1.3 பாட்டில் ஏறக்குறைய இந்தக் கவிதையின் கடைசியில் உள்ள கேள்வி கேட்கப்பட்டுள்ளது.

11. G. S. Balakrishnan, *Fleeting Clouds – Stories and Skits*, MB Publishers, Chennai, June 2008.

> *Fleeting clouds*
> *Festive fireworks*
> *Soap bubbles and smoke*
> *Passing things, ephemeral*
> *But there are moments*
> *When they tremble*
> *On the brink of Eternity*

12. Hallucination என்ற பொருளில் 'கலவைக்காட்சி' என்னும் சொல்லைப் பயன்படுத்தியிருக்கிறேன்.

13. இந்தப் பாடலில் ஒவ்வொரு பத்தியிலும், இரண்டாவது வரியும் மூன்றாவது வரியும் எதிர்க் கருத்துகளைத் தெரிவிக்கும். பத்தியின் முதல் வரியையும் இரண்டாவது வரியையும் சேர்த்துப் படித்து, பின்னர் முதல் வரியையும் மூன்றாம் வரியையும் சேர்த்துப் படித்துப்பாருங்கள். முதலிரண்டு வரிகளைத் தனியொருவர் பாடினால், மூன்றாவது வரியை ஒரு குழு (chorus) மேற்கத்தி இசைப் பாணியில் பாடுவதாகக் கற்பனை செய்துபாருங்கள்.

14. பரசுராமன் தன் கோடரியைக் கடலுக்குள் விட்டெறிந்து கேரளத்தை உருவாக்கினான் என்பது ஐதீகம். கடல் நீரிலிருந்து உருவானதால் அந்நிலம் உப்பு மிகுந்ததாக இருந்தது. நிலத்திலிருந்து உப்பை உறிஞ்சி எடுப்பதற்காகப் பாம்பு சேனையின் தலைவனான அனந்தனின் உதவி நாடப்பட்டது. உப்பை உறிஞ்சி எடுப்பதற்கு ஏராளமாக வந்த பாம்புகளைக் கண்டு மக்கள் நடுநடுங்கி ஓடினர்.

● ● ●